கனவு காதலி

தினேஷ்பாபு பெருமாள் சாமி

கனவு காதலி

தி9னேஷ்பாபு பெருமாள் சாமி.

பொருளடக்கம்

பொருளடக்கம்

அணிந்துரை

• vii •

கண்ணுள்ளின் போகார் இமைப்பின் பருவரார்

நுண்ணியர்ளம் காத லவர் - 1126 (திருக்குறள்)

முகவுரை

எழுத்தாளரை பற்றி

வயலெல்லாம் நெல்லும், வழியெல்லாம் வாழையும் விளைந்திருக்கும் அழகும், தெற்குச் சீமையாம் திருநெல்வே-லியின் தென்றல் தவழ்ந்து வரும் தென் பொதிகை மலையின் குற்றாலச் சாரலில் குளிர்ந்த தென்காசியைச் சேர்ந்த இக்க-வியின் பெயர் தினேஷ்பாபு. இவர் சென்னையைச் சேர்ந்த மென்பொருள் நிறுவனத்தில் பணிபுரிந்தும், ஓய்வு நேரங்க-ளில் தன் தமிழ் பற்றை வெளிக் கொணர கவிதைகளை எழுதியும் வருகிறார், இவரது கவிகளை கூகுளில் தினேஷ்-பாபு பெருமாள் சாமி என்ற பெயரை பதிவிட்டு தேடிப் பெற-லாம்!

முன்னுரை

மனிதன் மட்டுமல்லாது இவ்வுலகில் அத்தனை உயிர்களின் ஆதி முதல் அந்தி வரை நகர்த்தி செல்வது ஓர் இனம் புரியாத அன்பு, அந்த அன்பின் பெயர் தான் காதல்!

ஓர் உயிர் கருவில் உருவாகிய நொடியில் தொடங்கி உயிர் அடங்கும் வரை உள்ள எல்லா இடங்களிலும் காதல் உண்டு... அதன் பெயர் மட்டுமே மாறி கொண்டிருக்கும்!

நன்றி

இந்த கவிதைகளை எழுத என்னைத் தூண்டிய என் (கற்-பனை)கனவு காதலி மகாலட்சுமிக்கு என் நன்றி மற்றும் இப்புத்தகதிற்காக இந்த அற்புதமான அட்டை வடிவமைப்பை வடிவமைத்த என் நண்பன் நிர்மலுக்கு ஒரு சிறப்பு நன்றி!

1. காதல் கவிதைகள்

· 1 ·

என் வாலிப பருவ காதல் கனவுகளில் என்
துணையாக வரும் மங்கைக்காக நான் எழுதிய
சில வரிகள் இங்கே.

எண்ணிலடங்கா விண்மீன் கூட்டத்தின்

நடுவில் இருந்தும் வித்தியாசமாக

தோன்றிட எங்கே சென்று கற்றது இந்த

வெண்ணிலா என்றே திகைத்திருந்தேன்,

பல கோடி பெண்களுக்கு மத்தியிலும்

தேவதையாய் தோன்றிய பூமி நிலாவான

என்னவளை காணும் வரை!

❧❧❧

அன்று வாழ்க்கை தந்த தனிமையில்

எனக்கு பலமாக வந்த உன் நினைவுகள்,

இன்று நீ தந்த இந்த தனிமையில்

ரணமாக வந்து என்னைக் கொல்லுதடி!

மீன்களும் தூண்டில் போடக்கூடும்

எனக் கண்டுகொண்டேன்,

என்னவளே

உன் கண்களின் காதல் வலையில்

நான் சிக்கிய பின்பு!

அன்று எனக்காக காத்திருப்பதை விட

உனக்கு வேறு என்ன வேலை

என்று கேட்டவன்,

இன்று உன் வேலைகளை விடுத்து

எனக்காக ஏன் காத்திருக்கிறாய்

என்று கேட்டுவிட்டுச் செல்கிறாள்!

வார்த்தைகளுக்கு சிறகு முளைத்தால்,

என் கவிதைகளில் ஒளிந்திருக்கும்

என் காதலை, என்னவளிடம்

கொண்டு சேர்த்திருக்கும்!

வார்த்தைகள் மௌனமாகும்

போது கண்கள் பேசிக்

கொள்ள தொடங்குகின்றன!

மறுக்கப்பட்டுவிடுமோ

என்ற பயத்தினாலேயே

பல காதல்கள்

இதயத்தினுள்ளேயே

மறைக்கப்படுகின்றன..!

உண்மை காதல் என்பது

காதலித்த பெண்ணை மணம்

முடிப்பதில் மட்டும் இல்லல...

காதலி எங்கு வாழ்ந்தாலும்

நலமுடன் வாழ வேண்டும்

என்று நினைப்பதிலும் உள்ளது!!!

பெரும் போர்களை எல்லாம் தைரியமாக சந்தித்த

என் மனம், பெண்ணே உன்தன் கண்களை

நேரில் சந்திக்க மட்டும் ஏனோ தயங்குகின்றதே..!

இதன் பெயர் தான் காதலோ?

பார்வையற்றவரின் கைகளில்

கிடைத்த ஓவியம் போலே,

உனக்காக நான் எழுதிய காதல்

கவிதைகள்!

யாரோ எழுதிய வரிகளில்

யாரோ யாருக்கோ வெளிப்படுத்திய

காதல் புரிந்த என்னவளுக்கு

அவளுக்கேன நான் எழுதிய வரிகள்

புரியாமல் போனதேனோ...!

❧❧❧

மணி முள்ளாய் என்னை விட்டு

விலகி சென்றவளையே நொடி முள்ளாய்

சுற்றிக் கொண்டு, மெல்லெனவே

தன் உலகமேன கருதி வினாடி முள்ளாய்

என்னைச் சுற்றிய என்

தேவதையை நான் கவனிக்க மறந்தேனே!

காதலில் காத்திருப்பதும் ஓர்

சுகம் என்று கூறியதாலோ

என்னவோ என் வாழ்நாள்

முழுவதும் அந்த சுகத்தை

மட்டுமே அனுபவிக்க வரம்

தந்துவிட்டாள் என்னவள்!

நேரம் காலம் பார்க்காமல்

உன்னை காதலிக்க

நினைத்தாளோ என்னவோ இன்று

காலம் நேரம் தெரியாமல்

மூழ்கி கிடக்கிறேன்

உன் நினைவுகளில்...

என் காதல் உனக்கு புரியாமல் போய்

விடுமோ என்ற பயத்தை விட..,

என் காதல் உனக்கு புரியும் அன்று நான்

உன் அருகில் இல்லாமல் போய்

விடுவேனோ என்ற பயம் தான், என்னைக்

கொல்லாமல் கொல்கிறது...!

❧❧❧

நாடோடியாய் திரிந்த என்னை

உன் கத்திப் பார்வையால்

காதல் அகதியாய் மாற்றிவிட்டு,

உன் இதய தேசத்தில்

இடம் தர மறுப்பது

நியாயமோ அடி என்னவளே...?!

தீராத கதை ஒன்றை எழுத

நினைத்து எழுதத் தொடங்கியவன்,

இன்று என்னையும் அறியாமல்

எழுதிக் கொண்டிருக்கிறேன் என்னவளே,

நம் தீராத காதலை...

❧❧❧

என் காதலை எப்படி சொல்வதென்று

தெரியாமல் திமழும் உன் நினைவில்

காத்துக் கொண்டிருந்த எனக்கு புத்துயிர்

தந்தது நீ அனுப்பிய காதல் விண்ணப்பமே!

நிலவு வானில் மட்டுமே

உள்ளதென்று நம்பிக்

கொண்டிருந்தேன், அடி

பெண்நிலவே உன்னை

சந்திக்கும் வரை!

உன் நினைவுகள் படையெடுத்து வந்து

என்னை தாக்கும்

வேலையில் என்னை காக்கும் அரணாய்

வந்து நிற்குதடி

நாம் பரிமாரிக் கொண்ட குறுஞ்செய்திகள்!

மறந்துவிட நினைக்கிறேன்

காதலியே உன்னை,

மறக்கமுடியாமல் இழந்துவிட்டேன்

நினைவுகளில் என்னை,

பெண்ணே என் இறுதி வரை

நினைத்து இருப்பேன் உன்னை,

என் தவறுகள் எல்லாம் மறந்து

காதலோடு ஏற்பாயா என்னை..!

தன் காந்த பார்வையால் என் இதயத்தை

ஈர்த்துவிட்டு, என்னை தூக்கி

எறிந்துவிட்டு செல்கிறாள் இதயம்

இல்லாதவன் என்று...

காத்திருப்பை ரசிக்க முடியும்

என்று எனக்கு உணர்த்தியதும்,

காத்திருப்பின் வலி என்ன

என்று எனக்கு உணர்த்தியதும்,

என்னவளும் அவள் மேல்

நான் கொண்ட காதலும் தான்!

நானே அழகு என மார்தட்டிய

அத்துமலை மலர்களும் வெட்கி

தலை குனிந்து நின்கின்றன,

பெண்ணே உன் மலர்

முகத்தின் பேரழகை கண்டு!

காரணத்தோடு என்னை சுற்றி

ஆயிரம் உயிர்கள் இருந்தாலும்,

காரணமே இன்றி என்னை

நேசிக்கும் ஒரே உறவு நீ..!

கிருக்கியை நினைத்து

நான் கிருக்கிக்

கொண்டுயிருக்கையில்..

எனனை பாரதது பரிதாபபடுச

செல்கிறாள் என்னவள்,

ஐயோ பாவம் யாரோ

கிருக்கன் என்று...!

வேண்டாமெண்று

விலகிச் சென்றாலும்

நீ தான் வேண்டும்

என்று உருவாக்கிய நினைவுகள்,

நம் காதலை மறந்து

செல்ல அனுமதி மறுக்கின்றதே,

நான் என்ன செய்வேன்!

கடற்கரை மணலில்

வீடு கட்டி நம் காதல் வாழ்க்கையை

எண்ணி கனவு கண்டதாலே

என்னவோ கடல் அலையில் மறையும்

கடற்கரையில் வரைந்த ஓவியம்

போலவே உந்தன் கோப அலையில்

நம் காதலும் மறைந்துவிட்டது...

முதன் முதலில் பார்த்த போது

வந்த மயக்கத்திலிருந்தே இன்னும்

மீளாமல் இருக்கும் என்னை

மீண்டும் மீண்டும் பார்த்து

தன் காதலால் கிரங்கடிக்க

வைத்து செல்கிறாள் என்னவள்!

காரணங்கள் அறியாமலே

தொடங்கிய நம் காதல் பயணம்,

முடிவடைந்தும் போனது காரணங்கள்

அறியப்படவில்லை என்ற காரணத்தாலேயே!

காதலுக்கு கண் இல்லை

என்று தான் நானும்

நம்பிக் கொண்டிருந்தேன்

என்னவளே, என்

இதயத்தைக் களவாடிய

உன் இரு காந்தக்

கண்களைக் காணும் வரை!

❧❧❧

பெண்ணே உன் கண்கள்

என்ன அந்த

கதிரவனின் நகலா, அதன்

பார்வை பட்டதும்

கல்லாய் கிடந்த என் இதயமும்

உன் காதலை

பெற்றிட எண்ணி உருகுகின்றதே!

எண்ணவளே உன்தன் மீன் விழிகளை

கண்டு நான் மயங்கியதாலோ

என்னவோ,இன்றும் நான் கானல் நீரில்

மீன்களைப் பிடிக்க முயற்சித்துக்

கொண்டிருக்கிறேன்!

* * *

மீன் போன்ற கண்களை உடையவள், நிலவின் நகலாய்

பூமியில் பிறந்தவள், அந்த தேவதை உலகின்

தலைவியானவள், தன் சிரிப்பால் என்தன் இதயத்தைக்

கொள்ளை கொண்ட என்னவள், என்னில்

பாதியாய் என் வாழ்வில் இணைந்த என் மன்னவள் அவள்!

அழகு போட்டியில் அந்த நிலவும்

தோற்றுவிட்டது, என்னவளின்

சுடர் விழிகளிடம்!

அடடே...!

அன்று நம்முள் பிரிவு என்றும்

இல்லை என்றாள்..!

இன்றோ பிரிவை தவிர ஒன்றும்

இல்லை என்கிறாள்...

ஆயிரம் தடைகள் போட்டு

பாதுகாத்தும் தன் கடைக்கண்

பார்வையை மட்டும் வீசி

எளிதில் என் மனதை

களவாடிவிட்டாள் என்னவள்!

உன் இதயம் என்ன கல்லா

என்று கேட்பவர்களிடம்

எப்படி சொல்வேன் என்னவளை

என்னுள்ளே சிலை

வடித்து வைத்திருக்கிறேன் என்று!

மூன்று லட்ச வார்த்தைகள்

கொண்ட தமிழ் மொழியில்

என்னோடு பேச என்னவளுக்கு

மூன்று வார்த்தைகள் கூட

கிடைக்கவில்லையே..!

மறுப்பதிலும் காதல் உள்ளதென காட்டிவிட்டாள்

அவள். நாம் எப்பாடு பட்டாலும் சேர

வாய்ப்பில்லை எனவே உன்னை புண்படுத்த

விரும்பவில்லை என்று கூறி

என் காதலை மறுத்ததினால்!

மறுபிறவி எடுத்தாவது உன் மனதை

வென்றிடலாம் என்று மீண்டும் பிறந்து

வந்தவனை மறுவார்த்தை பேசாமல்

நீ மறுப்பதில் நியாயமில்லையடி மன்னவளே!

தலைப்பே இல்லாமல் உன்னோடு

பல்லாயிரம் மணி நேரம் பேச

முடிந்த என்னால் ஏனோ பெண்ணே

நம் காதல் என்ற தலைப்பில் மட்டும்

பத்து மணித்துளிகள் கூட பேச முடியவில்லையே...

என்ன விந்தை இது!

காதல் இதயத்தில் தொடங்குகிறது என்பார்கள்,

ஏனோ பெண்ணே என் காதல் மட்டும்

உன் கண்களில் இருந்து தொடங்குகிறது விதிவிலக்காக!

❧ ❧ ❧

நம் உள்ளங்கை அளவே

நம் இதயம் என்பதில்

எனக்கு நம்பிக்கை இல்லை.

ஆம பெண்ணே என் இதயத்தில்

பதிந்திருக்கும் உன் நினைவுகளே

மலை அளவை தாண்டும் என்பதால்!

மங்கும் மாலை நேரத்தில்

மஞ்சள் மேகம் என தாவனி

தேவதையாய் வந்து என்

மனதை மயக்கிச் சென்ற

மங்கை அவளை மணிக்கணக்கில்

தேடுகிறேன் மாலையிட்டு

என் மனையாளாய் மாற்றிட!

னனன

என் கண் விழியும் கருப்பு, அது

பார்த்த உன் கன்ன குழியும் கருப்பு,

பெண்ணே என் மீது மட்டும்

ஏனடி உனக்கு இத்தனை வெறுப்பு!

நான் காதல் கவிதை எழுதும் ஒவ்வொரு

முறையும், தானாக உன் புகைப்படத்தைக்

காட்டும், என் கைபேசியைப் பார்க்கும்

பொழுதுகளில் எல்லாம் ஏங்கிடத்தான்

செய்கிறேன், உயிரற்ற கைபேசிக்கு

புரிந்த என் காதல், என் உயிரே

உனக்கு எப்போது புரியும் என்று..!

❧❧❧

தினமும் உன்னைக் காண்கிறேன்,

என் காதலை சொல்லிட துணிகிறேன்,

உன்னை இழந்திடுவேன் என்று பயக்கிறேன்,

என் காதலை என்னுள் மறைக்கிறேன்,

அந்த வலியிலும் உன் முகம் கண்டதும் சிரிக்கிறேன்!

முடிவுரை

உங்களிடம் இப்புத்தகத்தைப் பற்றி ஏதேனும் கருத்து உள்ளதா? ஆசிரியருடன் தனிப்பட்ட முறையில் விவாதிக்க விரும்புகிறீர்களா? கீழே உள்ள எதேனும் முறை மூலம் அணுகலாம்.

- படவரி(Instagram): dariusdnu

- கீச்சகம்(Twitter): dariusdnu

- மின்னஞ்சல்(Email): dariusdnu@gmail.com